பரப் பார்வை
கவிதை தொகுப்பு

கோமதி ராஜ்மோகன்

Copyright © Gomathy Rajmohan
All Rights Reserved.

ISBN 978-1-68554-315-0

This book has been published with all efforts taken to make the material error-free after the consent of the author. However, the author and the publisher do not assume and hereby disclaim any liability to any party for any loss, damage, or disruption caused by errors or omissions, whether such errors or omissions result from negligence, accident, or any other cause.

While every effort has been made to avoid any mistake or omission, this publication is being sold on the condition and understanding that neither the author nor the publishers or printers would be liable in any manner to any person by reason of any mistake or omission in this publication or for any action taken or omitted to be taken or advice rendered or accepted on the basis of this work. For any defect in printing or binding the publishers will be liable only to replace the defective copy by another copy of this work then available.

பொருளடக்கம்

1. முதல் முறையாய் — 1
2. எதிர்பார்ப்பு — 2
3. பாராட்டு — 3
4. திருமணம் — 4
5. வாழ்க்கை — 5
6. உறவுகள் — 6
7. மழலையின் சிரிப்பு — 7
8. இயற்கை — 8
9. இரவு — 9
10. மழைத்துளி — 10
11. இசை — 11
12. மனம் — 12
13. மனநிறைவு — 13
14. பொறுமை — 14
15. உறுதி — 15
16. வெற்றி — 16
17. தோல்வி — 17
18. காலம் — 18
19. மாற்றம் — 19
20. முதுமை — 20
21. இளமை — 21
22. மூடநம்பிக்கை — 22
23. முடியாது — 23
24. புகைப்படம் — 24

பொருளடக்கம்

25. காணவில்லை	25
26. குட்டி குட்டி இன்பம்	26
27. மகிழ்ச்சி	27
28. ஜன்னலோரம்	28
29. நினைவுகள்	29
30. பொழுது	30
31. சொல்	31
32. மௌனம்	32
33. அச்சம்	33
34. இதயம்	34
35. காதல்	35
36. வலி	36
37. நடிப்பு	37
38. ஒப்பீடு	38
39. வீடு	39
40. அமைதி	40
41. போர்க்களம்	41
42. ஓய்வு	42
43. நட்பு	43
44. நண்பர்கள்	44
45. மடி	45
46. தூக்கம்	46
47. பழமை	47
48. தூண்டில்	48

பொருளடக்கம்

49. பெருமை — 49
50. நன்றி — 50

1. முதல் முறையாய்

முதல் முறையாய் வாழ்க்கையிலே
முடிவு தெரியாமல் வாழ்கின்றோம்!
முதல் முறையாய் வந்த காலரா
முடிவேயில்லாத மரணம் தந்தது!
முதல் முறையாய் பார்த்த போலியோ
முடிவு தெரியாமல் படுக்க வைத்தது
முதல் முறையாய் இவை அனைத்துக்கும்
முடிவு கட்ட ஒரு மருந்து வந்தது!
முதல் முறையாய் ஒரு உயிர்க்கொல்லி
முடிவே இல்லாத பயத்தைத்தந்தது!
முதல் முறையாய் நாம் சந்தித்தோம்
முடிவு தெரியாத ஊரடங்கை!
முதல் முறையாய் நாம் வேலையின்றி
முடிவு தெரியாமல் காத்திருந்தோம்!
முதல் முறை பெற்ற இந்த அனுபவத்தை
முன்னெச்சரிக்கையாய் எதிர் கொள்வோம்!
முதல் முறையாய் ஒரு முடிவெடுப்போம்
முடிந்த வரையில் தனித்திருப்போம்!
முற்றிலும் முடங்கிக் கிடப்பதென்பது
முடியாத காரியம் என்றறிவோம்!
முடிவே இல்லாத இவ்வுயிர்கொல்லிக்கு
முகக்கவசம் அணிந்து விடை கொடுப்போம்!

2. எதிர்பார்ப்பு

முழுக்க முழுக்க நம்பிக்கையோடு
முழுவதும் காத்திருப்பதே எதிர்பார்ப்பு
காத்திருக்கும் பொழுது இருக்கும் மகிழ்ச்சி
கிடைக்காமல் போனாலும் சுகமே!
ஒவ்வொருவருடைய எதிர்பார்ப்பும் ஒவ்வொருவிதம்
ஒலிக்கும் மணியின் ஓசைதான் எதிர்பார்ப்பு
எல்லா விஷயமும் நல்லதாய் முடியும்
என்பதே நம் மனதின் எதிர்பார்ப்பு!
எதிர்பார்த்த விஷயம் ஏமாற்றம் தரும்போது
ஏற்றுக்கொள்ளும் பக்குவம் வேண்டும்
எதிர்பார்த்தது கிடைக்காமல் போனால்
எதிர்பார்த்தது கிடைக்கும்வரை முயற்சிப்போம்!
எதிர்பார்த்துக் காத்திருந்த விஷயம்
எதிர்பார்க்காமல் கையில் வந்து சேரும்
எதிர்பார்ப்பு என்பது தவறில்லை
எதையும் செய்யாமல் எதிர்பார்ப்பது தவறு!

3. பாராட்டு

யாரைப் பாராட்ட வேண்டும்
எப்படிப் பாராட்ட வேண்டும்
எதற்காகப் பாராட்ட வேண்டும்
எங்கே பாராட்ட வேண்டும்?
பாராட்டு என்பதே ஒரு பரிசுதான்
பாராட்டவே தெரியாத மனிதர்களிடம்
பாராட்டை எதிர்பார்ப்பது என்பது
பாறையில் செடி முளைப்பது போல்!
மகிழ்ச்சியாய் சொல்லும் ஒரு வார்த்தை
மனசுக்குள் சென்று மலர்ந்துவிடும்
மனமாறச் சொல்லும் ஒரு சொல்லுக்கு
மணிக்கணக்கில் பேசினாலும் ஈடாகாது!
எத்தனை வயதானாலும் சரிதான்
எதிர்பார்ப்பு என்பது ஒரு வார்த்தைக்காக
நாள் முழுவதும் பாராட்ட வேண்டாம்
நல்லதைப் பாராட்டப் பழகுவோம்!
பார்த்துப் பார்த்து செய்யும் வேலைக்கு
பக்கம் பக்கமாய் வசனம் வேண்டாம்
பார்த்துச் சிரிக்கும் ஒரு புன்னகை கூட
பட்டாம்பூச்சியாய் விரியும் மனசுக்குள்!

4. திருமணம்

திருமணம் என்பது
இரு மனத்தோடு இரு குடும்பம் இணைவது!
சுற்றமும் நட்பும் சூழ வலம் வந்து
சுகமாய் இணைப்பது திருமணம்!
வாழையும், தேங்காயும் கூறவிழைவது
வாழ்க்கை முழுக்க நிலைத்து நிற்பது!
அரசாணிக்கால் நட்டு, அக்னி வளர்ப்பது
ஆண்டவனின் ஆணைப்படி நடப்பதற்கு!
கைகளில் காப்பு இடுவது
கவசம் போல் உன்னைக் காப்பதற்கு!
மூன்று முடிச்சு போடுவதென்பது
மனசாட்சிப்படி நடந்து, குலப்பெருமைக்காத்து
குலவாரிசு பெற்றிடுவேன் என்பதற்கு!
கெட்டி மேளம் கொட்டும் போது
கெட்ட வார்த்தைகள் கேட்டிடாது!
அம்மி மிதித்து, அருந்ததி பார்ப்பது
அன்போடு உறுதியாய் அரவணைத்திருப்பதற்கு!
மெல்லக் கால் பிடித்து மெட்டிபோடுவது
மெல்லிடையாளை மெய்போல் காப்பதற்கு!
திருமண பந்தம் ஆயுட்கால சொந்தம்
தொலைத்து விட்டால் தொடரவே முடியாது!

5. வாழ்க்கை

வாழ்க்கை சிலருக்குப் பாடம் பலருக்குப்பயிற்சி
வழக்காடு மன்றமா வாழ்க்கை?
வாதத்திலேயே கழியுது பலபேரின் வாழ்க்கை
பணம்தான் வாழ்க்கை என்பார் சிலர்
பட்டு மெத்தையிலும் புரண்டு கொண்டிருப்பார் பலர்!
பரந்து கிடக்கும் உலகில்
பட்டால் தான் தெரியும் என்றால்
படிப்பெதற்கு? பட்டமெதற்கு?
பரவும் கிருமி தடுக்கப் பாடுபடும்போது
பக்கம் பக்கம் நின்று பல் இளிக்கிறீர்கள்!
பசியோடும், பட்டினியோடும் இருக்கவேண்டாம்
பறவையும், மீனும், காய்கறியும் வாங்க
பதற்றமே இல்லாமல் அலைவது ஏன்?
பகுத்தறிவு நமக்கிருந்தும்
பரபரப்பாய் வெளியில் சுற்ற அவசியம் என்ன?
வாழ்க்கை வாழ்வதற்கேயன்றி
வழியற்றுப் போவதற்கல்ல!
சுயமாய் சிந்திப்பவர்கள்
சுயக்கட்டுப்பாட்டோடு இருங்கள்!
சுகமான வாழ்க்கை நீங்கள் மட்டுமல்ல
சுற்றியிருக்கும் மனிதரையும் வாழவிடுங்கள்!

6. உறவுகள்

அம்மாவின் உறவு தொப்புள்கொடி உறவு
அவளோ நாமோ இறக்கும்வரை தொடரும்!
அப்பாவின் உறவு அக்கறையான உறவு
அருமை இல்லாதவருக்குத்தான் தெரியும்!
இந்த ஜென்மத்து உறவு உடன் பிறப்புகள்
இணைந்தே இருங்கள் எப்போதும்!
கணவன் மனைவி உறவு கண்ணாடி போன்றது
கர்வம் என்ற கல் பட்டால் காணாமல் போகும்!
கட்டிலில் தொடங்கினாலும்
கடைசி வரை வரப்போகும் உறவு!
கண் போன்றவர்கள் மகனும் மகளும்
கல்யாணம் வரை நம் மடியில் கிடப்பார்கள்!
மருமகனும் மருமகளும் கடவுள் அருள் இருந்தால்
மகனாகவும், மகளாகவும் மாறி நிற்கும்!
பேச்சாகவும், மூச்சாகவும் பேரன் பேத்தி உறவுகள்
பேறு பெற்றவர்கள் உடனிருப்பார்கள்!
நட்பும் ஒரு உறவுதான்
நம்மைப் பாதுகாக்கும் உறவு
நன்மையிலும், தீமையிலும் கூடவரும் உறவு!
உறவுகளோடு உறவாடி மகிழ இப்பொழுது
ஒதுங்கியிருப்போம் பின்னர் மகிழ்ந்திருப்போம்!

7. மழலையின் சிரிப்பு

மடியில் தவழும் மழலையே
மல்லிகைப் பூவோ உன் சிரிப்பு!
மணியோசையும் தோற்குமே மகனே உன் சிரிப்பொலியில்!
தூக்கத்தில் நீ சிரிக்கும் புன்சிரிப்பு
தோற்கடிக்குமே அந்த மின்னலை!
கன்னத்தில் குழி விழுந்த உன் கள்ளத்தனச்சிரிப்பு
கண்ணில் மறையவில்லையடி கண்மணியே!
இருட்டுக்குள் தோன்றும் வெண்ணிலா போல்
இதயத்து கவலைக்கு மருந்து உன்சிரிப்பு!
கள்ளமில்லாத உன் வெள்ளைச் சிரிப்பால்
கள்ளுண்டவனைப் போல் களிப்படைகிறேனே!
கார்மேகத்தைக் கலைக்கும் மழைபோல்
கண்ணில் மழை பெய்யும் உன் சிரிப்பால்!
குற்றால அருவியின் குளிர்ச்சி கூட உன்
குலுங்கல் சிரிப்பில் மறந்தேனே!
மழலையின் சிரிப்பில் மயங்காதவர்
மனிதராய் பிறந்தும் பயனில்லை!
கண்ணே உந்தன் புன்சிரிப்பால் கடவுளைக் கூட மறந்தோமே!
ஓடி ஓடி உழைத்தாலும் உந்தன்
ஒரு சிரிப்புக்கு நாங்கள் அடிமைகளே!
கோடிப் பணம் கூட வேண்டாம் எனக்கு
குட்டிச் செல்லமே உன் சிரிப்பு போதும்!

8. இயற்கை

மலைகளின் நடுவில் மஞ்சள் நிற சூரியன்
மங்கிய உலகத்தினை மாற்றிடும் ஒரு நொடியில்!
சுகமான வெளிச்சம் பட்டு சுகந்தமான மலர்கள் மலரும்!
காலைத் தென்றல் காத்திருந்து வீசும் காற்று பட்டதும்
கலைந்தாடும் கொடிகள்!
அமைதியாய் தவழ்ந்த அலையின் ஓசை
ஆர்ப்பரிக்கும் கதிரவன் வரவால்!
மயங்கி கிடந்த பறவைகள் எல்லாம் மதி மயக்கும் பாடல் பாடும்!
உறங்கி முடித்த விலங்குகள் எல்லாம்
உணவைத் தேடிப் புறப்பட்டு போகும்!
கருகருவென்ற அடர்ந்த மரங்கள்
கதிரவனைத் தடுக்க காத்து நிற்கும்!
உச்சி வெயிலின் ஒளி தாங்காமல்
உழைத்துக் களைத்து ஓய்வெடுக்கும் எல்லாம்!
தகதகவென தங்கத்தட்டு தண்ணீருக்குள் மூழ்கிப் போகும்!
கருகருவென்ற இருளுக்குளே
கண்ணாடியாய் வெண்ணிலா தோன்றும்!
வெண்மதியோடு விண்மீன்களும் வீதியில் வலம் வரும்
காலைவரை!
வியக்கவைக்கும் இயற்கையின் அழகை
விழிமூடி நினைத்துக் களித்திருப்போம்!

9. இரவு

வெளிச்சத்தின் பகைவனோ இல்லை
வெள்ளியின் தோழனோ?
நிலவின் கருங்கூந்தலோ
நிழலின் நிஜமோ நீ!
மேகத்தின் ஆடையோ இல்லை மெல்லிய காற்றின் இசையோ!
மழலையை மயக்கும் மதியின் தாலாட்டோ!
உழைத்துவரும் மனிதரை உறங்கவைக்கும் தாயோ!
கண்மூடி அமர்ந்த கவிஞனின் கவிதையோ நீ!
உலகத்தையே மயக்கத்தில் ஆழ்த்த
உனக்கென்ன அவ்வளவு கோபம்!
வண்டின் ரீங்காரம் கூட
வழிகின்ற இசையாய் மாறுதே!
எங்களை இருட்டில் வைத்து
நீ மட்டும் விளக்கேற்றிக் கொள்கிறாய்!
தவளையின் சத்தம் கூட
மத்தளமாய் காதில் கேட்குதே !
மனதின் களைப்பை எல்லாம்
மடியில் தாங்கிக் கொள்கிறாய்!
இரவே நீ இல்லையென்றால்
இல்லை எங்களுக்கு ஓய்வு!

10. மழைத்துளி

மண்ணின் வாசத்தோடு
மக்களின் நேசத்தோடு
விவசாயின் கண்ணீரோடு
விளையாட வந்தாயோ?
மின்னலாடை உடுத்தி மேள தாள முழக்கத்துடன்
மேகத்தைக் கீறிக்கொண்டு தாகம் தீர்க்க வந்தாயோ!
விதை நெல்லைத் தாங்கி
விளை நிலமும் காத்திருக்க
விதை நெல்லை முளைக்க வைக்க
விண்ணைத் தாண்டி வருவாயோ!
சிப்பிக்குள் முத்தாய் மாறி
சிந்தனைக்குள் கவிதையாய் ஊறி
செழிப்பாய் இவ்வுலகை மாற்ற
சீற்றம் கொண்டு வந்தாயோ!
உன்னைக் கண்டவுடன் உயிர்த்துடிப்பும் களிப்படையும்
உன்னில் நனையும் போது
உள்ளம் காணும் பேரின்பமே!
வாழ்வின் ஆதாரமே நீதான்
வருடத்திற்கு மூன்று முறையாவது
வருவாய் எம் உள்ளம் குளிர
வரவேற்போம் உனை மலர்த்தூவி!

11. இசை

இயற்கை ஒலி எல்லாமே இசை
இயைந்து கேட்டால் எங்குமே இசை!
கொசுவின் ரீங்காரம் இரவின் இசை
கொலுசின் சத்தம் நடையின் இசை!
மயிலின் ஆட்டம் மழையின் இசை
மண்ணின் ஓட்டம் நீரின் இசை!
குயிலின் ஓசை காட்டின் இசை
குழலின் ஓசை காற்றின் இசை!
குழந்தையின் அழுகை தாயின் இசை
குளத்து நீரின் சலசலப்பு இசை!
அலையின் சத்தம் கடலின் இசை
அருவியின் ஓசை தரையின் இசை!
நாவின் ஓசை மணியின் இசை
நாடித்துடிப்பு உயிரின் இசை!
தவளை சத்தம் குளத்தின் இசை
தட்டும் ஓசை கைகளின் இசை!
தாரை தப்பட்டை மரணத்தின் இசை
தன்னை மறந்தால் எல்லாமே இசைதான்!

12. மனம்

மனம் ஒரு குரங்கு -ஆம்
மதியிழந்து செயல்படுவதாலா?
மறதி மனிதனின் வரமா? சாபமா?
மன்னிக்கும் போது வரம்
மறக்கும் போது சாபம்!
மனித மனம் மகத்துவம் வாய்ந்தது
மதிக்கவும் செய்யும் பலரை
மிதிக்கவும் செய்யும்!
கடலும் மனமும் ஒன்று ஆம்
கண்டு பிடிக்கவே முடியாது ஆழத்தை!
மனதை அடக்கத் தெரிந்தவன் ஞானி
மனதை ஆட்டிப்படைப்பவன் விஞ்ஞானி!
மனது வலிக்கும் போதும் கண்ணீர்
மகிழ்ச்சியில் சிரிக்கும் போதும் கண்ணீர்!
மரணத்தைக்கூட மறதி வென்றுவிடும்
மனதின் ஓட்டத்தை வெல்வது எப்படி?
மன்னிப்பு கேட்பது மனதின் உறுதி
மதித்து ஏற்பது வாழ்வின் நியதி!
மனதிற்கு ஒரு வேண்டுகோள்
மனித நேயத்தை மறந்து விடாதே
மனிதராய் பிறந்து விட்டோம்
மனித நேயத்தோடு வாழ்ந்து காட்டுவோம்!

13. மனநிறைவு

மனிதனின் வாழ்க்கையில்
மனநிறைவு வந்துவிட்டால்
மகத்தான சாதனைகள் புரிந்து மாற்றங்கள் பெற முடியாது !
இலக்கு ஒன்று இல்லாமல் இருப்பது போதும் என்றால்
இருக்கும் எல்லா நாளும் இருப்போம் அவ்வளவு தான்!
இழந்ததை நினைத்து நினைத்து
கிடைத்ததை தொலைத்துவிட்டால்
நிலைத்த வாழ்க்கை கூட
நில்லாமல் தொலைந்துபோகும்!
கையில் இருக்கும் நெல்லிக்கனி
கசந்தாலும் சுவைதான் என்று
கண்மூடி ஏற்றுக்கொண்டால்
கிடைக்குமா மனநிறைவு?
பள்ளம் மேடு நிறைந்த வாழ்வில்
பார்த்துதான் பயணம் வேண்டும்
பள்ளத்தில் விழுந்த போதும் புதிய
பாதையை உருவாக்கவேண்டும் !
இருப்பது போதும் என்று
எதையும் துணியாவிட்டால்
ஏற்றம் மிக்க வாழ்வை நாம்
எப்போது அடைய முடியும்!

14. பொறுமை

வானம் இடிந்து விழுந்தாலும்
வாழும் வாழ்க்கையில் என்றும்
பொறுத்துப் போகும் குணம் இருந்தால்
பெற்றிடலாம் இன்பம் நாளும்!
நம்மைப் பற்றி நாலுபேர்
நல்ல விதமாய் பேசாமல்
நறுக்குத் தெறித்துப் பேசினாலும்
நல்லதென்றே நாம் நினைத்து
நம்பிக்கையாய் பொறுத்துப் போனால்
நாளை நம் மனம் அறிந்து
நாடி வந்து மதித்திடுவர்!
குடும்பம் என்ற கூட்டுக்குள்ளே
கூடி இன்பம் பெற்றிட
பொறுமை என்றும் முக்கியம்
பொங்கும் மகிழ்ச்சி தன்னிலே!
அறிவுரைகள் கூறிட இங்கு
ஆயிரம் பேர் கூடுவர்!
அமைதியுடன் பொறுமையாய்
அத்தனையும் ஏற்றுக்கொள்!
ஆண்டவனை வேண்டுவது என்றும்
பொறுமை கொள்ளும் மனம் கொடு!

15. உறுதி

உறுதியாய் இருக்கத்தான் நினைக்கிறோம்
உளி கொண்டு செதுக்கி விடுகிறார்கள்!
ஒப்புக் கொள்ளவும் முடியாமல்
ஒதுக்கவும் முடியாமல் உள்ளுக்குள்
ஆயிரம் கேள்விகள் ஆனால்
ஆயிரம் பதில்கள் இல்லை நம்மிடம்!
மனக்கதவை திறந்து வைத்து
மற்றதைப் பார்க்க நினைத்தாலும்
மனதுக்குள் ஒரு ரீங்காரம்
மந்தி போல் தாவுகின்றது!
ஒரு கேள்வி மனதுக்குள்
ஒட்டிக் கொள்கிறது பசை போட்டு!
எடுத்த முடிவின் ஏற்ற இறக்கத்தை
எடை போட்டு பார்க்க வைக்கிறது!
உறுதியாய் இருந்த பின்னரும்
உள்ளத்துக்குள் ஊசலாடுகின்றது!
மற்றவரின் மனக்கவலை எல்லாம்
மன உறுதியோடு தீர்த்து விடுகின்றோம்!
நம் மனதின் கவலை தீர
நமக்கு ஒரு வழி தெரியவில்லை!
மகிழ்ச்சியான வாழ்க்கை வாழ
மனதில் உறுதி கொடு இறைவா!

16. வெற்றி

கணவனும் மனைவியும் என்றும்
கருத்தொருமித்து இருப்பது வெற்றி!
கண்ணுக்கினிய பிள்ளைகளோடு
கலந்து உறவாடி மகிழ்வது வெற்றி!
உடன் பிறந்தாரோடு உயிர் பிரியும் வரை
உறவுடன் இருப்பது வெற்றி!
அறுபது வயதிலும் அடுத்தவர் துணையின்றி
ஆரோக்கியமாய் வாழ்வது வெற்றி!
இன்பத்திலும் துன்பத்திலும் பிரியாத நட்பு
இணைந்து தோள் கொடுத்தால் வெற்றி!
கையேந்தி வரம் கேட்காமல்
கை கொடுத்து உதவுவது வெற்றி!
மருமகளை மாமியார்
மனதால் வெல்வது மகத்தான வெற்றி!
மண்ணில் பிறந்த மனிதர்கள் எல்லோரும்
மன்னிக்கப் பழகினால் மாபெரும் வெற்றி!

17. தோல்வி

தோல்விதான் வெற்றிக்கு முதல்படி
தோல்வியடைந்தவனைக் கேட்டால்தான்
முதல் படியா? முதல் அடியா?தெரியும் !
தோல்விதான் சாதனையாளரின் தூண்டுகோல்
தோற்றால் தான் தெரியும் வெளிச்சம்!
தோல்வியால் துவண்டு போனால்
வெற்றி உன்னிடம் வராமலே போகும்!
தோல்விக்கு மரணமே முடிவானால்
வெற்றியாளன் யாருமே இல்லை!
தோற்பதிலும் சிலநேரம் மகிழ்ச்சியுண்டு
கணவனிடம் மனைவியும் மனைவியிடம் கணவனும் தோற்பது
குடும்பத்து மகிழ்ச்சிக்கு வித்து!
மகனிடமும் மகளிடமும் தோற்பது
மதிப்பிட முடியாத தோல்வி!
பேரன் பேத்திகளிடம் தோற்பது
பெருமை கொள்ளும் தோல்வி!
தெரியாது என்பது தோல்வியல்ல
தெரிந்து கொள்ளாமலே போவதுதான் தோல்வி!
முயற்சி செய்து தோற்பது தோல்வி அல்ல
முயலாமலேயே தோற்பதுதான் தோல்வி!
தோல்வி என்பது படிப்பல்ல!அனுபவம்
தோற்றபின் அடுத்த அடி நிதானமாய் வைக்கும்!

18. காலம்

காத்திருப்பதில்லை காலம் எப்பொழுதும்
கண்மூடித்திறப்பதற்குள் காணாமல் போகும்!
காலத்தின் அருமை இழந்தவனுக்குத் தெரியும்
காலத்தின் பெருமை காத்திருந்தவனுக்குத் தெரியும்!
பத்து மாத காலம் பொறுமையின் பெருமை
பக்கத்தில் பிள்ளையை பார்த்தவுடன் தீரும்!
வெற்றி பெற்றவனைக் கேட்டால் தான் தெரியும்
வேகமாக ஓடிய காலம் எவ்வளவு என்று!
காலம் கடந்தபின் கவலை கொள்வதை விட
காலம் இருக்கையில் கவனமாய் நட!
பெற்றவனின் பாசத்தை நீ காட்டா விட்டால்
பிள்ளையின் பாசத்தை அறியவே முடியாது!
காலத்தின் கடமையை செய்யாமல் விட்டால்
காத்திருந்தாலும் காலம் திரும்பாது!
காலனுக்குத் தான் தெரியும்
காலை கண் விழிப்போமா என்று!
இன்றைய பொழுது நிஜமானது
இயன்ற வரை ஓடி முடித்திடு!

19. மாற்றம்

மாற்றம் ஒன்றே மாறாதது, ஆம்
மாற்ற முடியாதது எதுவும் இல்லை !
ஓலைச் சுவடி காகிதமானது
எழுத்தாணி எழுதுகோலானது!
வாழ்த்து மடல் வாழ்விழந்து போனது
வகை வகையாய் கணிணியில்
வாழ்த்துச் செய்தி வந்தது!
கணிணியின் தொடர்புபோய் தொலைபேசி வந்தது
தொலைபேசி தொலைந்து போய்
கைப்பேசி கைகளில் வந்தது!
கைப்பேசி வந்தவுடன் கலகலப்புப் போனது
நெருங்கிய சொந்தம்கூட நெடுந்தூரம் போனது!
மடியில் விளையாடக் குழந்தை இல்லை
மடிக்கணிணி எப்போதும் மடியில் இருக்கு!
குடும்பமாய் உட்கார்ந்து பேசும் பேச்சு இல்லை!
"கூகுள்" இல்லாமல் இப்பொது வாழ்வே இல்லை!
ஆளுக்கொரு கைப்பேசி வீட்டிற்குள்ளே
ஆனந்தம் போனது வீட்டிற்கு வெளியே!
அறிவியல் தொழில் நுட்பம் அவசியம் தான்
அதைவிட ஆரோக்கியம் மிக அவசியம்!

20. முதுமை

முதுமை சிலருக்குவரம்! சிலருக்கு சாபம்!
முதுமையிலும் ஆரோக்கியம் வரம்
முற்றிலும் சுமையாய் இருப்பது சாபம்!
செய்வதற்கு மகன் இருந்தால் வரம்! நாம்
சாவதற்குள் அவன் இறந்தால் சாபம்!
உணவு கொடுக்க உறவு இருந்தால் வரம்!
உணவு கிடைத்தும் வலியோடு இருந்தால் சாபம்!
ஊருக்கே உழைத்த கைகள் இன்று
உறவுக்குக் கையேந்தும் நிலை சாபம்!
முதுமைக்கு உதவி முதுமைதான்
முடிந்தவர்கள் யாரும் கைகொடுப்பதில்லை!
உனக்காகவே வாழ்ந்த உறவுதான் இன்று
உன்னாலேயே ஒதுக்கப்பட்டு நிற்கிறது!
உனக்கும் நாளை இந்நிலை வரலாம்
உன் மனசாட்சி அன்று பதில் கூறும்!
இறைவனும் இவர்களை மதிப்பது இல்லை
இருந்தால் இப்படி வதை செய்வானா?
முதுமையில் பலபேர் கனவிதுதான்
முடிந்தவரையில் காலையில் விழிக்கக்கூடாது!
முதுமையின் இந்த சதிராட்டம்
மரணம் நோக்கிய போராட்டம்!

21. இளமை

இருபத்தியோரு வயது இளமை இன்பமாய் எதையும் பார்க்கும்!
நட்பு வட்டம் தான் நல்ல வட்டம்
நள்ளிரவு வரை அரட்டை சத்தம்!
எதைப்பற்றியும் கவலை இல்லை எதற்காகவும் பயமும் இல்லை!
கேலியும் கிண்டலும் கூடவே வரும்
கேட்பவர் யாரையும் விடுவதும் இல்லை!
கண்டவுடன் காதல் வரும்
கல்விகூட பின்னால் தான் வரும்!
கூட்டமாய் தான் எங்கும் செல்வோம்
கூச்சல் பற்றிய சிந்தனை இல்லை!
பட்டாளமாய் படத்திற்கு செல்வோம்
பக்கத்தில் இருப்பவர் நிலைமை பாவம்!
பெற்றோர் பேச்சைக் கேட்க மாட்டோம்
பெரிதாய் மதிப்பது நண்பன் பேச்சை!
உற்றார் உறவினர் யாரும் வேண்டாம்
உற்ற நண்பன் ஒருவன் போதும்!
காசைப் பற்றிய கவலையும் இல்லை
கடன் வாங்கக்கூச்சமும் இல்லை !
தீயப் பழக்கம் தீண்டாதிருந்தால்
தீய நட்பும் விலகிப் போகும்!
இளமைப் பருவம் இனிமைப் பருவம்
இதற்குப் பிறகு நினைக்க மட்டுமே!

22. மூடநம்பிக்கை

மூட்டை மூட்டையாய் மூட நம்பிக்கைகள்
முதுகில் சுமந்து திரிந்து வருகிறோம்!
பூனை குறுக்கே வந்தால் போகாதே என்றார்
புலி வந்திருந்தால் போயிருப்பார் மேலே!
எலுமிச்சையைக் கட்டினால் எதுவும் நேராதாம்
எலுமிச்சையை விற்க யார் செய்த சதியோ?
கைம்பெண் எதிரே வந்தால்
காரியம் நடக்காது என்றார்!
கைம்பெண்ணுக்கும் மனம் உண்டு அவளை
கை காலில் விலங்கிட்டு கட்டிட நடந்த சதி!
பல்லி கத்தினால் நினைத்தது நடக்குமாம்
பல்லிக்குத் தெரிந்தால் கத்தவே கத்தாது இனி!
கிளம்பும் போது தும்மினால் அபசகுனம் என்றார்!
தும்மலுக்குத் தெரியுமா கிளம்பும் நேரம் எது என்று!
காலையில் முழித்த முகமே சரியில்லை என்றார்
கவனமாய் இருக்காத கண்மூடிக் கூட்டங்கள்!
எங்கே போகிறாய் என்று கேட்பது அபசகுனமாம்
எப்படி தெரியும் எங்கே போகிறாய் என்று!
மூடர்களாய் மாற்றிய மூட நம்பிக்கைகளை
முழுவதும் ஒழித்து அறிவுடன் வாழ்வோம்?

23. முடியாது

முடியாது என்பது மிகவும் சுலபம்
முயற்சி செய்வது மிகவும் கடினம்!
முடியாது என்றேன் நானும் முதலில்
முடிந்தவரை முயற்சிசெய் என்றான் மகன்!
முடிக்காமல் இன்னும் எழுதுகிறேன்
முடியாதது என்பது எதுவுமில்லை!
அலெக்ஸாண்டர் முடியாது என்று விட்டிருந்தால்
அரும் பெரும் வெற்றி பெற்றிருப்பாரா!
மைக்கேல் பாரடே முடியாது என்றிருந்தால்
மின்சாரத்தை நாம் கண்டிருப்போமா?
மலையேற என்னால் முடியாது என்றால்
மடுவைக் கூடத் தாண்ட முடியாது!
ஊனம் உடலில் இருந்தால் பரவாயில்லை
உள்ளத்தில் இருந்தால் எதுவும் முடியாது!
முடியாது என்று முடங்கிவிட்டால் ஒரு
முடியைக் கூட எடுக்க முடியாது!
முடியும் என்று முயற்சி செய்தால்
முள்ளைக் கொண்டு கல்லை வடிக்கலாம்!
எறும்பிடமிருந்து பாடம் கற்போம்
எதையும் சாதிக்க முடியும் என்று!
முடியாது என்ற சொல்லை வெறுத்து
முயற்சி செய்து முடிவைக் காண்போம்!

24. புகைப்படம்

புகைப்படம் எடுத்தால் ஆயுள் குறையும்
புகைப்படம் இல்லாக் காலத்துப் பழமொழி!
நினைவுகளின் நிழல்கள் புகைப்படங்கள்
நினைத்துப் பார்த்து மகிழவைப்பவை!
சிலிர்க்க வைக்கும் சில புகைப்படம்
சிரிக்க வைக்கும் சில புகைப்படம்!
கருப்பு வெள்ளை காலத்து புகைப்படம் மாறி
கண்ணைக் கவரும் வண்ணம் வந்தன!
மறைந்து போன பலரின் புகைப்படம் மனதில் வந்து உயிரை வாட்டும்!
இளமைக்காலப் புகைப்படங்கள்
இதயத்தில் சுகத்தைப் புரட்டிப் பார்க்கும்!
விளையாட்டாய் எடுத்த புகைப்படங்கள்
விதவிதமாய் எடுத்த புகைப்படங்கள்
வெளியூர் சென்ற புகைப்படங்கள்
வேடிக்கையான புகைப்படங்கள்
மலரும் நினைவுகள் தான் புகைப்படங்கள்
மனம் நிறைய மணம் வீசும்!
நிழல்கள் தான் புகைப்படங்கள் ஆனால்
நினைவின் நிஜங்கள் புகைப்படங்கள்!
புதுப்புதுக் கருவிகள் வந்ததாலே இன்று புகையாய் போயின புகைப்படங்கள்!

25. காணவில்லை

காணாமல் போயின பல விஷயங்கள் இன்று
கண்டுகொள்ளவும் யாரும் இல்லை இங்கே!
காணாமல் போனது கண்ணாமூச்சி ஆட்டம்
கண்ணைக் கெடுக்க வந்தது கைபேசி ஆட்டம்!
எண்ணெய் தேய்க்கும் பழக்கம் எங்கே போனது
எட்டுவயதிற்குளே இளநரையும் வந்தது!
படிமானமாய் அமர்ந்துண்ணும் பழக்கம் போனது
பத்தடி நடந்தால் கூட களைத்துப் போனது இன்று
பாவாடை, தாவணி பார்க்கவே முடியவில்லை
பருத்த பெருத்த இடைதான் மிச்சம் இன்று!
அத்தை, மாமா, சித்தப்பா, பெரியப்பா வீடு
அன்புக் குழந்தைகளுக்கு தெரியாமலே போனது!
விடுமுறை நாட்களில் கூட வெயிலே படாமல்
வீட்டுக்குள்ளே அமர்ந்து வேடிக்கை பார்க்குது!
பல்லாங்குழி, தாயம், பரமபதம் எல்லாமே
பரண் மேலிருந்து எடுக்க ஆளில்லை!
விட்டுக்கொடுப்பது விளையாட்டில் கூட இல்லை
வீணாய் போன கோபம் விதியை முடிக்கிறது!
காணாமல் போனவற்றைக் கண்டெடுத்து மீட்டால்
கருத்தான வாழ்வு நம் பிள்ளைகள் வாழும்!
பழங்கதைகள் இவை என்று ஒதுக்கித் தள்ளாமல்
பக்குவமாய் பண்பை பழக்கத்தில் கொணர்வோம்!

26. குட்டி குட்டி இன்பம்

குட்டி குட்டி இன்பம் பெற மனதில்
குழந்தை போல் ஆசை வந்து வந்து போகும்!
அருவியாய் கொட்டும் மழையினிலே
அமைதியாய் நின்று அனுபவிக்க வேண்டும்!
அடித்துப் புரளும் வெள்ளத்தை
ஆர்ப்பரிக்கும் நெஞ்சோடு அனுபவிக்க வேண்டும்!
அக்கம் பக்கமெல்லாம் அடங்கி ஓய்ந்த பிறகு
அமைதியாக கடல் அலையில் நடந்து போக வேண்டும்!
சத்தமில்லா சாலையிலே
சலங்கை ஒலிக்கும் மாட்டு வண்டியில் சவாரி போக வேண்டும்
பத்தடி சுவர் முழுதும் புகைப்படமாய் மாறி
பரந்து விரிந்து பல்லிளிக்க வேண்டும்!
வீட்டை சுற்றி வயல்வெளி விதவிதமாய் பூஞ்செடி
விஞ்ஞானம் இல்லாமல் விளையாடவேண்டும்!
துன்பம் எல்லாம் மறந்து சின்ன பிள்ளை போல்
துள்ளிக் குதித்து ஆட்டம் போட வேண்டும்!
மகிழம்பூ மரத்தடியில் அமர்ந்து
மனம் மகிழும் பாட்டுப் பாட வேண்டும்!
சின்னக் குழந்தைகள் கூட்டி அமரவைத்து
சிங்காரக் கதைகள் பேசி சிரித்து மகிழ வேண்டும்!
குறைவான இன்பமே கொட்டி இருக்கிறேன்
குட்டி குட்டி இன்பம் கொள்ளை இருக்கு இன்னும்!

27. மகிழ்ச்சி

மகிழ்ச்சியாய் வாழ்வதெப்படி?
மலைபோல துன்பம் வந்தாலும்
மனதைப் பக்குவப்படுத்தினால்
மகிழ்ச்சியாய் வாழ்வது சுலபம்!
பார்க்கும் பொருளையெல்லாம்
பார்த்து ரசிக்கத் தொடங்கினால்
படபடக்கும் நெஞ்சத்திலும்
படர்ந்து விடும் மகிழ்ச்சி தானே!
வண்ணத்துப் பூச்சியைப் பார்க்கையிலும்,
வானவில்லைப் பார்க்கையிலும்
வானுயர்ந்த மலையைப் பார்க்கையிலும்,
வட்டமிடும் வண்டைப் பார்க்கையிலும்,
வழிந்தோடும் வெள்ளம் பார்க்கையிலும்,
வண்ண வண்ண வளையல்கள் பார்க்கையிலும்,
வண்ணமிகு பூக்களைப் பார்க்கையிலும்,
வசை பாடும் கிழவியைப் பார்க்கையிலும்,
வந்தணைக்கும் பிள்ளையைப் பார்க்கையிலும்,
கண்மூடி நிற்கும் கடவுள் சன்னதியிலும்
கணக்கிலடங்கா மகிழ்ச்சி காத்துக்கிடக்கிறது!
மகிழ்ச்சிக்காக மலையேற வேண்டாம்
மனதைத் திறந்து வைத்தாலே மகிழ்ச்சி தானே வரும்!

28. ஜன்னலோரம்

பயணத்தின் சுகமே
ஜன்னலோர இருக்கைதான்!
பார்த்துக் கொண்டு வந்தால்
பறப்பது போல் தோன்றும்!
வேகமாய் ஓடும் மரங்கள்
விர்ரென்று வீசும் காற்று!
விழியில் வழியும் நீரோடு பார்க்கும் சுகம்
விண்ணில் பறந்தாலும் கிடைக்குமா?
இரயில் பயண ஜன்னலோரம்
இதமான தாலாட்டுப் போன்றது!
இடையிடையே இரயிலின் சத்தம்
இசை போல தூங்க வைக்கும்!
விமானத்தில் ஜன்னலோரம்
வியக்க வைக்கும் மேகக்கூட்டம்!
பஞ்சு போல பரந்து கிடக்கும்
பரவசத்தில் நெஞ்சம் திளைக்கும்!
ஜன்னலோர இருக்கை என்பது
ஜாதிமல்லி வாசம் போன்றது!
காற்றின் வேகம் கூடக்கூட
கண்மூடி மயங்க வைக்கும்!
எந்த வயதானாலும் ஜன்னலோரம்
என்றென்றும் மகிழ்ச்சி தான்!

29. நினைவுகள்

பச்சை பாவாடை கட்டிப் பள்ளிக்கூடம்
பாங்காய் ரிக்க்ஷாவில் ஏறிச் செல்வோம்!
படிக்கின்ற நேரம் கொஞ்சம் தான்
பறந்து பறந்து கம்பிமேல் ஏறியது அதிகம்!
பச்சைப் புளியங்காய் உப்புடன் அப்பப்பா
பச்சைத் தண்ணீரும் பல்லில் புளிக்கும்!
உப்பு காரம் ஊறிய மாங்காய் உருண்டு ஓடும் அரி
நெல்லிக்காய்!
பழைய சாதத்துடன் மோர்மிளகாய்,ஊறுகாய்
பிசைந்த உடனே பாத்திரம்தான் மிஞ்சும்!
பல்லாங்குழி,பரமபதம், தாயம் பத்தாதற்கு சீட்டாட்டம் வேறு!
வெள்ளிக்கிழமைக்காக வீடே காத்திருக்கும்
ஒளியும் ஒலியும் ஒன்றாய் பார்க்கும்!
குறைவாய் பணமிருந்தாலும்
நிறைவாய் வாழ்ந்திருந்தோம்!
கூட்டுக்குடும்பம் என்னும்
கூட்டுக்குள்ளே வாழ்ந்தோம்!
பாசம் என்னும் பாங்கான வளையம்
பாதுகாப்பாய் எங்களைப் பார்த்துக்கொண்டது!
நினைக்கும்போதெல்லாம் நெகிழவைக்கும்
நெஞ்சம் நிறைந்த நீங்காத நினைவுகள்!

30. பொழுது

பொழுது போகவில்லை
பொழுது போக என்ன செய்தாய் நீ ?
பெட்டிக்குள்ளே உனைத்தொலைத்தால்
பொழுது எப்படிப்போகும்?
அம்மாவிற்கு ஒருநாள் அடுப்படியில் இருந்து ஓய்வுகொடு
அப்பாவுடன் சேர்ந்து அம்மாவிற்கு சமைத்து கொடு !
அப்பா, அம்மாவின் ஆரம்ப காலகதைகேளு
அப்பொழுதுதான் தெரியும் அவர்கள் உலகமே நீ என்று !
பொன்னியின் செல்வன், பார்த்திபன் கனவு
சிவகாமியின் சபதம், சில நேரங்களில் சில மனிதர்கள்
சிறப்பான பல நூல்கள் சிந்தைக்கு விருந்தாகும் !
பகுத்தறிவை ஒதுக்கிவிட்டு
பல்லாங்குழி, தாயம் ஆடு !
பரபரப்பாய், பம்பரமாய் சுற்றி வர
பணி ஏதும் இப்போதில்லை
மனைவி மக்களோடு மனம்விட்டு பேசு
மறக்க முடியாத நாட்களாக இதனை
மாற்றியமைக்க முயற்சியெடு!
இது போன்ற பணி ஓய்வு
இனி எப்போது கிடைக்குமோ!
இனிவரும் பொழுதையாவது
இனிமையாய் மாற்றிவிடு!

31. சொல்

ஒரு சொல் போதும்
ஓராயிரம் கேள்விக்கு விடை கொடுக்கும்!
அன்பாய் கூறும் ஒரு சொல்லால்
அனைத்துக் கவலையும் மறந்து போகும்!
ஆணவமாய் பேசும் ஒரு சொல்
ஆறாத புண்ணாய் மாறிவிடும்!
அரவணைப்போடு கூறும் ஒரு சொல்
அடித்துப் பிடித்து மேலேற்றிவிடும்!
ஊக்கம் கொடுக்கும் ஒரு சொல்
ஊன்றுகோலாய் நின்று வழி நடத்தும்!
அக்கறையாய் சொல்லும் ஒரு சொல்
அடுத்த அடி எடுத்து வைக்க உதவும்!
விவேகமாய் சொல்லும் ஒரு சொல்
வாழ்வில் விதையாய் மாறி வளரச் செய்யும் !
எச்சரிக்கையாய் சொல்லும் ஒரு சொல்
ஏமாறாமல் தடுக்க உதவும்!
துடிப்பாய் கூறும் ஒரு சொல்
தோல்வியில் துவளாமல் மீட்டு விடும்!
ஓயாமல் பேசுவதை விட்டு விட்டு
ஒரு சொல்லை உருப்படியாய் சொல்வோம்!
அடுத்தவர் மனம் நோகாமல்
அழகாய் இன்சொல் பேசிப் பழகுவோம்!

32. மௌனம்

மௌனம் கூட ஒரு மொழிதான்
மொழிகள் சொல்லாததை மௌனம் சொல்லும்!
தனிமையின் இனிமையில் தவம் போன்றது மௌனம்!
பார்வை மட்டுமே பல பதில்களைக் கூறும்
பாதி கேள்விக்கு மௌனம்தான் பதிலே!
பத்து நிமிட மௌனம் பல பிரச்சனைகளுக்குத் தீர்வாகும்!
எல்லா இடத்திலும் மௌனம் சரியல்ல
எரிச்சல் தரும் மௌனம் ஏளனப்பட்டுவிடும்!
மகாபாரதத்தில் சபையோரின் மௌனம்
மானபங்கப் படுத்தியது பாஞ்சாலியை!
ஊரார் சொல்படி கேட்ட ராமனின் மௌனம்
ஊன்று கோலான சீதையை தீக்குளிக்க வைத்தது!
மதிப்பிழந்த மௌனம் மரணத்திற்குச் சமம்
மனதிற்கு வடிகாலே மௌனம் தான் சில நேரத்தில்!
கண நேர மௌனம் கண்ணியம் காக்கும்
கண் வழி பார்த்தாலே கதை பல கூறும்!
சில நேரங்களில் மௌனம் சிந்தையை மாற்றும் தீர்வாய் மாறும்!
பாம்புக்கு மகுடி போன்றது மௌனம்
பதறாமல் பக்குவமாய் முடிவெடுக்க உதவும்!
மகத்துவச் செயல்கள் புரிய
மௌனமாய் இருக்கப் பழகு!
மகிழ்ச்சியாய் வீட்டில் இருக்க மௌனமாய் கேட்கப் பழகு !

33. அச்சம்

அச்சம் இருப்பது நலமே
அச்சத்துடனே வாழ்வது மடமை
அகிலமே நேற்று அச்சப்பட்டது
அழிக்க முடியா கிருமியை நினைத்து
பயந்து கொண்டிருந்த காலம் நீங்கி
பழகிக் கொள்ளும் நிலை வந்தது இன்று!
அஞ்சாத செயல்கள் செய்பவர்தான்
அச்சத்துடனே வாழ்ந்து கொண்டிருப்பார்
அடுத்தவர் குடியை கெடுக்க நினைத்தால்
ஆண்டவன் கணக்கை மாற்ற முடியாது!
தொட்டதெற்கெல்லாம் அச்சப்பட்டால்
தொடக்கமே முடிவாய் மாறிப்போகும்
செய்யும் செயலில் நேர்மை இருந்தால்
சிந்தையில் என்றும் அச்சம் வராது!
வீணாய் போன அச்சம் தவிர்த்தால்
வெற்றிப் படியை எளிதில் தொடலாம்
வருவதை நினைத்து பயம் கொண்டிருந்தால்
வாழ்க்கையின் இனிமை கடந்துபோகும்
நிழலைப் பார்த்து பயந்து கொண்டிருந்தால்
நிதர்சனம் என்றும் புரியாமல் போகும்!

34. இதயம்

நீ தாளம் போடுவதால் தான்
நாங்கள் ஆடிக்கொண் டிருக்கிறோம்
தாளம் எப்போழுது நிற்கும் என்று
தாண்டவமூர்த்திக்கு தான் தெரியும்!
நீ ஒரு வேலை மட்டும்தான் செய்கிறாய்
நாங்கள் பல வேலைகள் செய்கிறோம்
நீ துடிப்பை நிறுத்தும் வரை உன்னை
நிதானத்துடன் பார்ப்பதே இல்லை!
எப்பொழுது நீ நிற்பாய் என்று தெரியாமலே
எடுத்தெறிந்து பேசுகிறோம் யாரையும்
எந்நேரமும் பரபரப்பு எப்பொழுதும் கோபம்
எதற்கோ இந்த ஆட்டம்!
சோகமாய் இருந்து இருந்து உன்னை
சோதனைக்கு உள்ளாக்குகிறோம்
மகிழ்ச்சியாய் வாழத் தெரிந்தவரை நீ மண்ணில் வாழ விடுவாய்!
உன்னைப் பக்குவமாய் பார்த்துக்கொள்ள
உள்ளுக்குள்ளே ஆசை தான்
மனித குணங்கள் மாறும் போதுதான்
மறந்து விடுகிறோம் உன்னை!

35. காதல்

நிலவே நீ ஏன் அடிக்கடி வந்து
நீண்ட பெருமூச்சுடன் தூங்கும் என்னவளின்
முகத்தின் மீது உன் வெளிச்சத்தை தெளித்து
முழுதாய் தூங்க விடாமல் செய்கிறாய்!
காற்றே நீ சத்தமில்லாமல் கடந்திடு
கண்களைத் திறந்து விட்டால்
கலைந்து போவது கனவு மட்டுமல்ல
கண்ணுக்குள் இருக்கும் என் நினைவுந்தான்
கணக்கு பாடம் என்னுள் பதியவேயில்லை
கண்ணுக்கு முன்னால் நீ இருந்ததால்
பெற்றவரும் மற்றவரும் மறைந்து போயினர்
பெரிதாய் உன்முகம் மட்டும் நிறைந்ததால்!
கனவில் கூட காத்திருக்கப் பிடிக்காது
கலைத்துவிட்டு எழுகின்ற நான்
கடற்கரையில் காத்திருக்கிறேன் உனக்காக
காதல் வந்து என்னைக்கவ்விச் சென்றதால்!
காமத்தினால் வரும் காதல் என்றும்
காணாமல் போகும் மூன்று மாதத்திற்குள்
கவனமாய் தேர்ந்தெடுக்கும் காதல்
காலம் முடியும் வரை கூடவே வரும்!

36. வலி

வலியில்லாமல் வாழ்க்கையில்லை
வலியோடு வாழ்வதும் வாழ்க்கையில்லை
பிறப்பில் ஆரம்பிக்கும் வலி
இறப்பில் தான் சிலருக்கு முடியும்!
உறுதியோடு வாழும் வாழ்வில்
உயிர் போகும் வலி வரும்போது
இறைவனைச் சேரும் வழி தெரியாமல்
இதயக்கூட்டில் நின்று மருகும்!
உடல் வலி கூட ஒரு விதம் எனலாம்
உள்ளத்து வலிக்கு மருந்தேயில்லை
கண்ணில் வழியும் கண்ணீர் மட்டுமே
கரைய வைக்கும் உள்ளத்து வலியை!
இளமைக்கால வலிகள் எல்லாம்
இயற்கையே கூட சரி செய்து விடும்
முதுமைக்கால வலிகளோடு
மனதின் வலியும் சேரும்போது
மண்ணில் ஏன் எனை வைத்தாய் என்று
மரணத்தின் மேல் கோபம் வரும்!
உணவே மருந்து என்பதை உணர்ந்து
உடல் வலியின்றி இருந்து விட்டால்
உள்ளத்து வலியை நீக்கும் பொறுப்பை
உருவமில்லா இறைவனடி சேர்ப்போம்!

37. நடிப்பு

மேடையே இல்லாமல்
கைதட்டல் வாங்கலாம்
சம்பளம் கூட இல்லாமல்
தினமும் நடிக்கிறோம் வாழ்க்கையில்!
போலியாய் பலரிடம் வழியின்றி
பொய்யுரைத்து வாழ்கின்றோம்
மெய்யுரைக்க விரும்பினாலும்
மெச்சிக் கொள்ள ஆளில்லை!
இவரைப்போல இல்லையென்று
இதயத்தில் நினைத்திருந்தால்
இன்னொரு முகம் காட்டி
இளித்தவாயன் ஆக்குகின்றனர்!
மனம் முழுக்க கோபம் இருக்க
மறைத்துக் கொண்டு சிரிக்கின்றோம்
உறவுக்குள்ளே பிரிவு வராமல்
ஒற்றுமையாய் சேர்ந்திருக்க
ஓயாமல் நடிக்கின்றோம்
ஒரு முகத்தை மறைக்கின்றோம்!
நடிப்பில்லா வாழ்க்கைக்கு
நல்ல மனம் ஏங்குது
நாமும் அதை நாடினாலும்
நடப்பில் அது முடியலியே!

38. ஒப்பீடு

ஒப்பிட்டுப் பார்ப்பதை நிறுத்தினாலே
ஓரளவு நிம்மதியாய் வாழலாம்!
உன்னை விட உயர்ந்தவர் தான்
உலகத்திலேயே உயர்ந்தவர் இல்லை!
உன்னுடைய ஒப்பீட்டை உலகத்தோடு வை
உன் பக்கத்து விட்டு நண்பனோடு இல்லை!
ஒப்புக்கு ஒரு பேச்சு பேசிவிட்டு பின்னால்
ஒப்பீடு செய்வது மடத்தனம்!
ஒப்பிட்டுப் பார்த்துப் பார்த்தே
ஓட்டாண்டியாய் போனோர் பலர் உண்டு!
அன்பானவரோடு ஒப்பிட்டுப் பார்
அறத்தொடு வாழப் பழகுவாய்!
பொறுப்பானவரோடு ஒப்பீடு செய்
பொறுமையாய் வாழ்வது புரியும்!
ஒன்றுமேயில்லாதவரோடு ஒப்பீடு செய்
உன் நிலைமை உனக்குப் புரியும்!
ஒப்பீடு செய்து செய்தே உளைச்சலில்
ஒன்றுகூட முடியாமல் போகும்!
ஓயாமல் ஒப்பீடு செய்வதை விட்டு
ஒழுக்கமாய் உழைக்கப் பழகுவோம்!
உன் உயர்வு உன் உழைப்பில்
ஒப்பீடு செய்து உறக்கம் தொலைக்காதே!

39. வீடு

செங்கல்லும் மணலும் சிமெண்டும்
சேர்ந்ததுதான் வீடா? இல்லை!
துக்கமும் சந்தோஷமும்
துவக்கமும் நிறைந்தது தான் வீடு!
சொந்தமாய் நினைத்த வீடு சொந்தமில்லை என்றான போது
சொல்ல முடியாத சோகம் சுமையாய் நெஞ்சை அழுத்தும்!
நீங்காத நினைவுகளால் நிறைந்திருந்த வீடு இன்று
நெஞ்சில் ஒரு ஓரத்தில் நெருஞ்சி முள்ளாய் குத்துகின்றது!
பிறந்து வளர்ந்த வீட்டை விட்டு
பிரிய வேண்டிய கட்டாயம்
உடல் மட்டும் பிரிந்த போதும்
உள்ளம் இன்னும் சுற்றியலைகிறதே!
நமக்கென்று ஒரு அடையாளத்தை
நாளும் பெற்றுத்தந்த வீடு
ஆட்டம், பாட்டம், சிரிப்பு, கோபம்
அத்தனையும் தாங்கி நின்றது !
எல்லாம் இருந்தது அன்று
எதுவும் இல்லை இன்று
மறக்க முடியாத நினைவுகளால்
மனம் வாடிக் கிடக்குது இங்கு!

40. அமைதி

சத்தமின்றி கிடைப்பது அமைதி என்றால்
சத்தியமாய் உனக்கு அமைதி இல்லை !
உன்னை மறந்து உலகத்தைப் பார்
உனக்கு முன்னே அமைதிதான் எல்லாம்!
கண்மூடி அமர்ந்து கேட்டால்
கடல் ஓசையும் அமைதிதான்!
ஆர்ப்பாட்டம் இல்லாமல் கேட்டால்
ஆலய மணியோசையும் அமைதிதான்!
காட்டருவியின் சத்தத்திலே
குயிலின் பாட்டு அமைதிதான்!
பக்கத்தில் ஒலிக்கும் சத்தத்தில் கூட
படித்துக் கொண்டிருப்பது அமைதிதான்!
சுட்டெரிக்கும் வெயிலின் நடுவே
சுகமான நிழல் கூட அமைதிதான்!
கொட்டுகின்ற மழையின் சத்தத்தில்
சொட்டுகின்ற நீரும் அமைதிதான்!
உலகத்தில் தேடும் அமைதி எல்லாம்
உன் உள்ளத்திலே தான் ஒளிந்து கிடக்குது!
அமைதியைத் தேடி அலைவதை விட்டு
அருகில் இருப்பதை அமைதியாய் தேடு!

41. போர்க்களம்

போராடும் இடம் எல்லாமே போர்க்களம்தான்
பெண்ணுக்கு சமுதாயம் போர்க்களம்
ஆணுக்கு பெண்ணே போர்க்களம்!
மாணவனுக்கு தேர்வே போர்க்களம்
ஆசிரியருக்குக் கல்விக்கூடம் போர்க்களம்!
உழைப்பாளிக்கு முதலாளி போர்க்களம்
விவசாயிக்கு விதைநெல்லே போர்க்களம்!
கவிஞனுக்குக் கற்பனை போர்க்களம்
கனவுக்கு உறக்கம் போர்க்களம்!
கண்ணுக்கு காட்சியே போர்க்களம்
கருத்துக்கு எழுத்தே போர்க்களம்!
பணத்துக்குப் பகட்டே போர்க்களம்
பண்புக்குப் புகழே போர்க்களம்!
மனதிற்கு எண்ணம் போர்க்களம்
மகிழ்ச்சிக்கு கண்ணீர் போர்க்களம்!
காற்றுக்கு இசையே போர்க்களம்
கவலைக்கு சிரிப்பே போர்க்களம்!
மனதிற்கு துணிவே போர்க்களம்
துணிவிற்கு வாழ்வே போர்க்களம்!

42. ஓய்வு

காலையில் ஐந்து மணிக்கே
கண் விழித்து எழுந்து காலைக் கடனை முடித்து
காபி போட்டுக் குடித்து
காலை உணவை முடித்து கையில் மதிய உணவுடன்
கிடைக்கும் பேருந்தில் ஏறி கடைசி வரை நின்றே சென்று
வேர்க்க விறுவிறுக்க வேகமாய் நடந்து
அலுவலகத்துக்குள் அவசரமாய் நுழைந்து
அப்பாடா என்று அமர்வோம்!
மதிய உணவு நேரம் வரை
மடமடவென வேலையைச் செய்து
உணவு நேரத்தில் ஒன்றாய் அமர்ந்து
ஊர்க்கதையெல்லாம் பேசி முடித்து
மீண்டும் வேலையைச்செய்து முடித்து
மணி ஐந்தானதும், மறுபடி கிளம்பி மல்லுக்கட்டி பேருந்தில் ஏறி
வந்து அமர்வோம் வீட்டுக்குள்ளே!
இனிமேல் அந்த கவலை இல்லை
இன்றோடு முடிந்தது அந்த வேலை
அமைதியான வாழ்க்கை வாழ
அவசியம் தேவை இந்த ஓய்வு!

43. நட்பு

நதியும் நட்பும் ஒன்று
இரண்டிற்கும் சாதியில்லை பேதமில்லை!
பள்ளிப்பருவ நட்பு பணம் காசு பார்க்காதது
பதின்முன்று வயது நட்பு
பச்சைக்குதிரை தாண்டி, பம்பரம் விட்டு
படிப்பைப் பற்றிக் கவலைப்படாமல்
பெற்றோரைக் கொஞ்சம் ஒதுக்கி வைக்கும் நட்பு!
கூட்டுக் களவாணித்தனம் செய்தாலும்
காட்டிக்கொடுக்காத கள்ளமில்லா நட்பு!
கலகலப்பானது கல்லூரி நட்பு
காதலுக்காக கடைசி வரை போராடும்!
இளமைக்கால நட்பு இறுதிவரை தொடரும்
இயல்பாய் பேசி இனிதாய் மாறும்!
கூடா நட்பும் கூடி வரும் எப்பொழுதும்
தேடிச் சேர்ந்தால் வாடிப் போகாது!
அலுவலக நட்பு அனுபவ நட்பு -பின்னர்
அன்பான குடும்பமாய் மாறிவிடும் நட்பு!
அலுவலக நட்பில் பல வழிகாட்டிகள்
ஆதரவாய் நம்மை கை தூக்கி விடுவர்!
இரயில் பயணம் போன்றது ஒவ்வொரு நட்பும்
இறங்க மனமின்றி இறங்கிப்போகும் !

44. நண்பர்கள்

நண்பர்கள் நம்மில் பாதி
நம்மோடு பயணித்து
நம் இன்ப துன்பங்களில்
நலம் நாடிப் பணி செய்வர்!
தாயிடம் சொல்ல முடியாததையும்
தன் நண்பனிடம் கூறி
மனதின் வலியை இறக்கி
மன அமைதிபெற்றிடுவோம்!
நல்ல நண்பனின் கோபம் கூட
நல் வழிப் படுத்துமேயன்றி
நம்மைப் படுகுழியில் தள்ளி
நகைத்துக் கொண்டு நிற்காது!
கண்டிக்கத்தக்க நண்பன் கர்ணன்
கருத்தைக்கூறித் திருத்தியிருந்தால்
துரியோதனன் தவறுக்கு
துணை போகமலிருந்திருந்தால்
கர்ணனைப் போன்ற நண்பன்
கட்டாயம் சிறந்த நண்பனே!
நண்பனைத் தேர்ந்தெடுப்பது என்பது
கலங்கிய நீரில் மீன்பிடிப்பது போல
நல்ல நண்பனின் சேர்க்கை
நம் ஆயுள் வரை கூட வரும்!

45. மடி

தாயின் மடியில்
தலை வைக்கும் போது
தலையணை இல்லாமலேயே
தனை மறந்த உறக்கம் வரும்!
தந்தையின் மடியில்
தலை சாயும் போது
உலகத்தின் அச்சம் எல்லாம்
உடைத்து எறிந்து விடும்!
துணையாய் இருப்பவர் மடியில்
தலை சாய்க்கும் போது
தூணின் பலம் சேர்ந்தாற்போல
தூங்க வைக்கும் பல நேரம்!
நம் மழலையின் மடியில்
நாம் தலை வைக்கும் தருணம்
கரை புரளும் மகிழ்ச்சி
கண்ணில் திரண்டு நிற்கும்!
மடி எதுவாக இருந்தாலும்
மண்ணின் கவலை மறந்து
அடி மனதில் இன்பத்தை
அப்படியே தங்கவைக்கும்!

46. தூக்கம்

படுத்தவுடன் தூங்குபவர் சிலர்
படுக்கையில் புரண்டு கொண்டிருப்பவர் பலர்!
பள்ளிப் பருவக் காதலில் பாடம் நினைத்து உறக்கமில்லை!
கல்லூரி பருவம் முழுவதும் கனவுகளால் தூக்கம் இல்லை!
வேலை தேடும் வயதில் தேவையை நினைத்து தூக்கமில்லை!
கல்யாண வயது வந்தவுடன்
கைப்பிடிப்பவரை நினைத்து தூக்கமில்லை!
பிள்ளைக்குட்டி ஆனவுடன்
பணத்தை நினைத்து தூக்கமில்லை!
ஆய்ந்து, ஓய்ந்து முடித்துவிட்டோம்
ஆனாலும் தூக்கமில்லை!
சூடான பால் குடித்தால்
சுகமாய் தூக்கம் வரும் என்றார்!
மஞ்சள், மிளகோடு, பூண்டுப்பால் குடித்தால்
மகிழ்ச்சியாய் தூங்கலாம் என்றார்!
பாலுக்கும் தூக்கமில்லை!
பூண்டுக்கும் தூங்கவில்லை!
பட்டை, பட்டையாய் மாத்திரைதான்
படுத்தவுடன் தூங்க வைக்கிறது!
கொடுத்து வைக்க வேண்டும்
படுத்தவுடன் தூங்குவதற்கு!

47. பழமை

நன்றாக காய்ச்சிய நல்லெண்ணெய்
நடு மண்டையில் நறநறவென்று தேய்த்து
சூடாகக்காய்ச்சிய வெந்நீர் ஊற்றி
சீயக்காய் தூள் போட்டுத் தேய்த்து
துவண்டு போகும் வரை வெந்நீர் ஊற்றி
துண்டால் தலையைத் துவட்டி நிமிர்ந்தால்
துளி கூட உடம்பில் சூடு இல்லை!
குளித்து முடித்து எழுந்தவுடன்
குடலுக்குள்ளே குடு குடு சத்தம்!
சூடான பச்சரிசி சாதத்துடன்
சுவையான மிளகு ரசம் கூடவே
தொட்டுக்கொள்ள துவரம் பருப்பு துவையல்
தொடும் போதே நாவில் எச்சில் ஊறும்!
உண்டு முடித்து எழுந்தால்
உறக்கம் கண்ணை இழுக்கும்!
உறங்கி முடித்து எழுந்தால்
உலகமே இனிமையாய் தோன்றும்!
எங்கே போனது அந்த நாட்கள்
எல்லாவற்றுக்கும் மாத்திரை,மருந்து இப்பொழுது
எதை நோக்கிய பயணம் இது!
பழைய பழக்கத்தை மீண்டும் புகுத்தி
பகுத்தறிவோடு வாழ்வோம் நோய்களின்றி!

48. தூண்டில்

மீனுக்கு மட்டுமா தூண்டில்
மனிதனைப் பிடிக்கப் பல தூண்டில்கள்!
குழந்தைப் பருவத்தின் தூண்டில் குச்சிமிட்டாய்
குமரப்பருவத்தில் தூண்டில் கதா நாயகர்கள்!
பெண்களுக்கான தூண்டில் நெடுந்தொடர்கள்
பெரியோருக்கான தூண்டில் பழைய பாடல்கள்!
ஆண்களுக்கான தூண்டில் அரசியல் பேச்சுக்கள்
அனைவரையும் இழுக்கும் தூண்டில் தொலைக்காட்சி பெட்டி!
அரசியல்வாதிகள் போடும் தூண்டில் இலவச பொருட்கள்
ஆமோதிக்கும் மக்கள் மாட்டும் தூண்டில் வாக்குப்பெட்டிகள்!
வியாபாரிகள் போடும் தூண்டில் விதவிதமான விளம்பரம்
வித்தைக்காரன் போடும் தூண்டில் அழகான வாய்ஜாலம்!
அதிகாரிகள் தூண்டில் ஆலோசனைக் கூட்டம்
ஆலோசனைக் கூட்டமே அதிகாரிகளின் தூண்டில் தான்!
மாணவர்களுக்குத் தூண்டில் இலவச மடிக்கணிணி
மந்திரிகள் போடும் தூண்டில் "மாண்புமிகு ஐயா"!
பளபளக்கும் தூண்டில்கள் பக்குவமாய் இழுக்கும்
பகுத்தறிவோடு இருந்தால் வாழ்வின்
பயணம் முழுக்க வெற்றிதான்!

49. பெருமை

பெண்ணாய் பிறப்பபெடுப்பது
பெற்றவரின் பெருமை
அறிவாளியான ஆண்குழந்தை
அப்பனின் பெருமை!
உழைப்பின் அங்கீகாரம்
உழைப்பாளியின் பெருமை
உயிர் கொடுத்து பிழைக்க வைப்பது
உன்னத மருத்துவரின் பெருமை!
நொந்து போன வாழ்க்கையில்
நூலாய் ஒரு வெளிச்சம் பெருமை
ஓராயிரம் மக்களுக்கிடையில்
ஓங்கி ஒலிக்கும் நம் பெயர் பெருமை!
பெண்ணின் பெருமை பேசும்
புகுந்த வீடு பெண்ணின் பெருமை
பேரன் பேத்தியின் மழலைப் பேச்சு
தாத்தா, பாட்டியின் பெருமை!
பெருமை என்றும் இனிமைதான்
தற்பெருமைதான் தகாதது
தமிழனாய் பிறந்த நம் எல்லோருக்கும்
'தமிழ் மொழியே' பெருமை!

50. நன்றி

ஒரு வார்த்தை ஒரு முறை உச்சரித்தால்
உலகத்தில் எந்த மூலையிலும் உடன் வரும் நன்மையே!
உதவி செய்பவர்களுக்கு மட்டுமா
உன்னை ஒதுக்கியவர்களுக்கும் உளமார நன்றி கூறு
ஏனென்றால்
உன்னை உருவாக்கியவர்களே அவர்கள் தான்
நம்மேல் வெறுப்பாய் இருப்பவரிடம்
நன்றி சொல்லப் பழகினால் எத்தனை துன்பம் வந்தாலும்
எதிர்த்து நின்று சிரிக்க முடியும்!
ஒரு புன்னகையுடன் கூறும் நன்றி புரிதலின் அடையாளம்
ஆகும்
நமக்குப் பணிபுரியும் ஒருவருக்கு
நாம் கூறும் நன்றி என்ற சொல்
நம்மை அவரிடம் அன்பால் இணைத்து
நம்மின் மதிப்பை கூட்டிவிடும்!
பணம் பொருள் எவ்வளவு சேர்ந்தாலும்
பண்பான நன்றியும், மன்னிப்பும்
நட்பை வளர்த்து விடும் மேலும்
நம்மை உச்சத்தில் கொண்டு சேர்க்கும்!

www.ingramcontent.com/pod-product-compliance
Lightning Source LLC
LaVergne TN
LVHW041546060526
838200LV00037B/1161
* 9 7 8 1 6 8 5 5 4 3 1 5 0 *